ÂF189283

Impressum
Verlag: BABADADA GmbH, Nedderfeld 112 , 22529 Hamburg
Geschäftsführer / Verlagsleitung: Harald Hof
Druck: Books on Demand GmbH, In de Tarpen 42, 22848 Norderstedt

Imprint
Publisher: BABADADA GmbH, Nedderfeld 112 , 22529 Hamburg, Germany
Managing Director / Publishing direction: Harald Hof
Print: Books on Demand GmbH, In de Tarpen 42, 22848 Norderstedt, Germany

trường học
škola

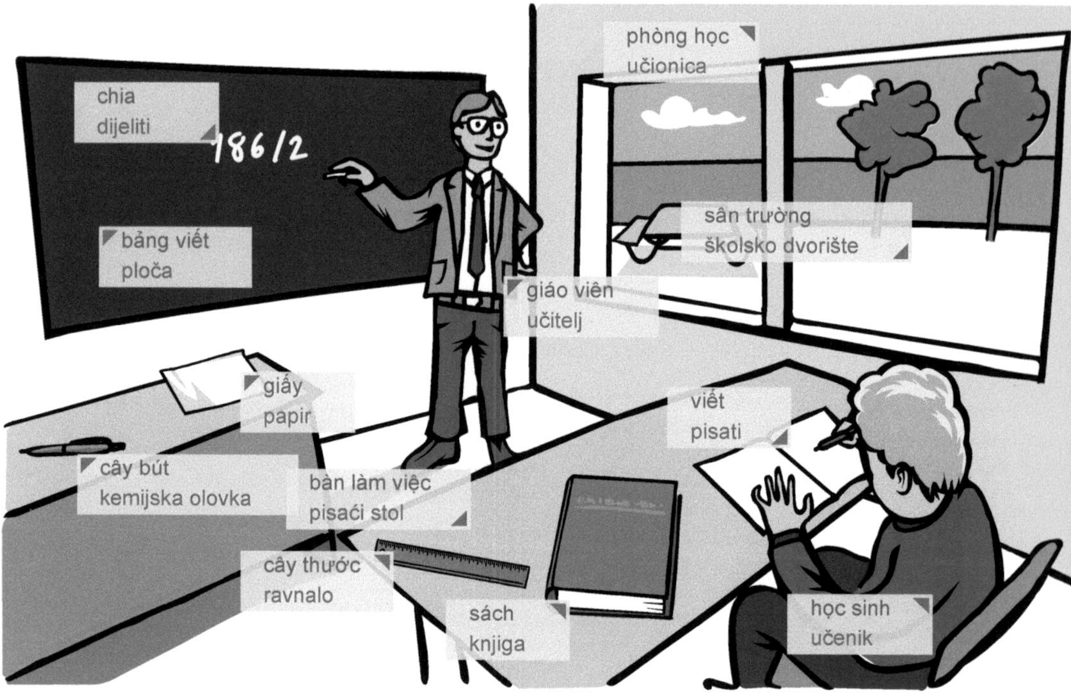
phòng học
učionica
chia
dijeliti
186/2
bảng viết
ploča
sân trường
školsko dvorište
giáo viên
učitelj
giấy
papir
viết
pisati
cây bút
kemijska olovka
bàn làm việc
pisaći stol
cây thước
ravnalo
sách
knjiga
học sinh
učenik

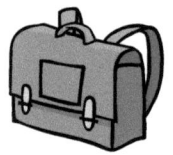

cặp đeo vai học sinh

torba

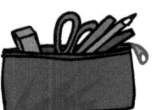

hộp đựng bút

pernica

bút chì

grafitna olovka

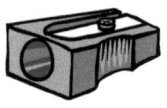

cái gọt bút chì

šiljilo za olovke

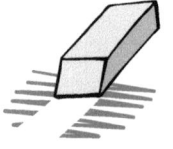

cục tẩy

gumica za brisanje

tập giấy vẽ

blok za crtanje

bản vẽ

crtež

cọ vẽ

kist

hộp mực vẽ

kutija s bojama

cây kéo

makaze

keo dán

ljepilo

sách bài tập

bilježnica

bài tập ở nhà

domaći zadatak

số

broj

cộng

sabirati

trừ

oduzimati

nhân

množiti

tính toán

računati

chữ cái

slovo

bảng chữ cái

abeceda

từ

riječ

văn bản

tekst

đọc

čitati

phấn viết

kreda

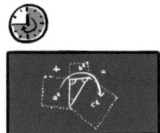

bài học

sat

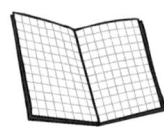

sổ lớp

dnevnik

thi kiểm tra

ispit

chứng chỉ

svjedodžba

đồng phục học sinh

školska uniforma

giáo dục

obrazovanje

từ điển bách khoa

leksikon

đại học

sveučilište

kính hiển vi

mikroskop

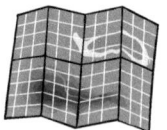

bản đồ

karta

thùng rác giấy

košara za papir

du lịch
putovanje

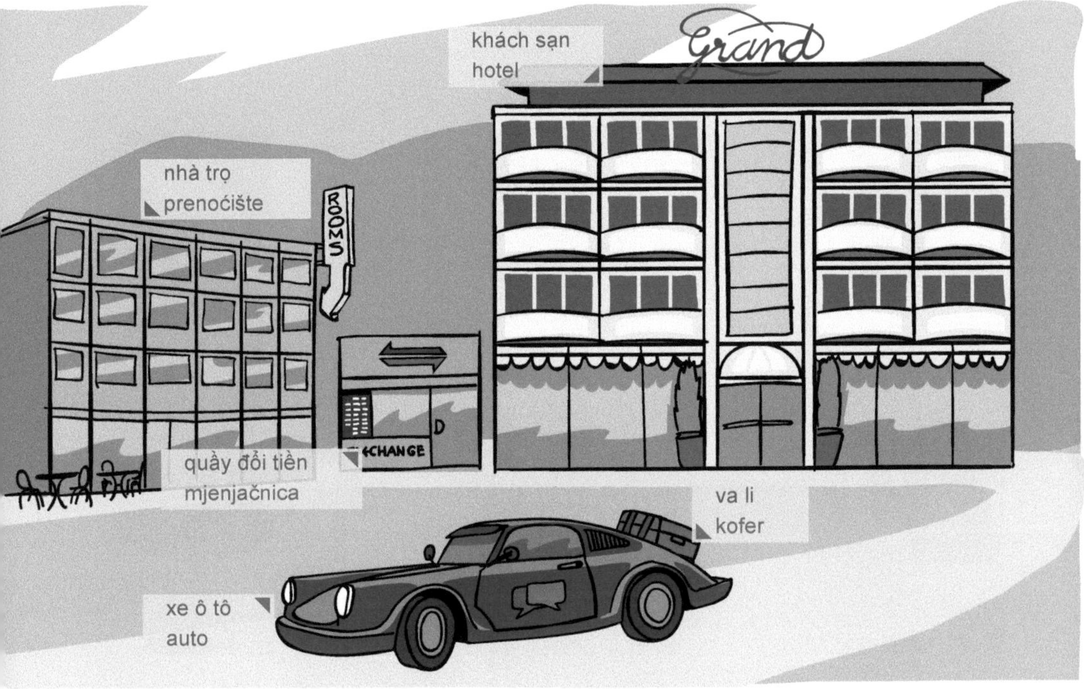
khách sạn
hotel
Grand
nhà trọ
prenoćište
ROOMS
quầy đổi tiền
mjenjačnica
va li
kofer
xe ô tô
auto

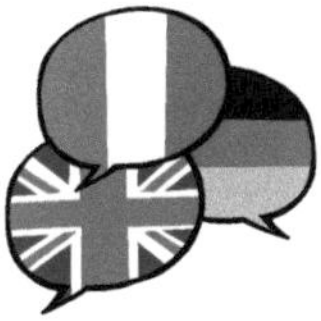

ngôn ngữ
jezik

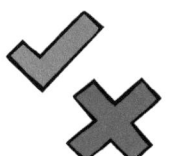

có / không
da / ne

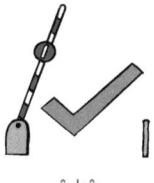

ô kê
okay

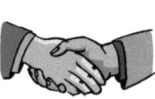

Xin chào
zdravo

thông dịch viên
prevoditelj

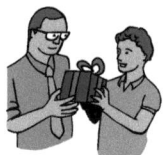

cám ơn
hvala

... bao nhiêu tiều?

Koliko košta...?

tôi không hiểu

ne razumijem

vấn đề

problem

Xin chào! (buổi tối)

dobro veče!

xin chào! (buổi sáng)

Dobro jutro!

chúc ngủ ngon!

Laku noć!

tạm biệt

doviđenja

hướng đi

smjer

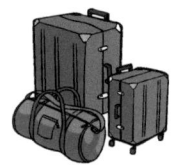

hành lý

prtljaga

túi xách

torba

túi ba lô

ruksak

khách

gost

phòng

soba

túi ngủ

vreća za spavanje

lều

šator

thông tin du lịch

turističke informacije

bãi biển

plaža

thẻ tín dụng

kreditna kartica

ăn sáng

doručak

ăn trưa

ručak

ăn tối

večera

vé xe

karta za vožnju

thang máy

dizalo

tem bưu điện

poštanska markica

biên giới

granica

hải quan

carina

đại sứ quán

ambasada

thị thực

viza

hộ chiếu

putovnica

vận chuyển

transport

máy bay
zrakoplov

tàu thủy
brod

xe cứu hỏa
vatrogasno vozilo

xe buýt
autobus

xe tải
teretno vozilo

xuồng máy
motorni čamac

xe đạp
biciklo

xe ô tô
auto

phà
trajekt

xuồng
čamac

xe máy
motocikl

xe cảnh sát
policijski auto

xe đua
trkaći auto

xe cho thuê
iznajmljeno auto

dịch vụ thuê xe tự lái

dijeljenje automobila

xe kéo cứu hộ

vučno vozilo

xe rác

vozilo za odvoz smeća

động cơ

motor

xăng

benzin

trạm xăng

benzinska postaja

biển báo giao thông

prometni znak

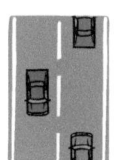

giao thông

promet

ách tắc giao thông

zastoj

bãi đậu xe

parkiralište

nhà ga

kolodvor

đường ray

šine

xe lửa

vlak

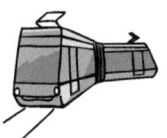

tàu điện

tramvaj

toa xe

vagon

máy bay trực thăng

helikopter

sân bay

zrakoplovna luka

tháp

toranj

hành khách

putnik

côngtenơ

kontejner

thùng các-tông

karton

xe đẩy

kolica

cái giỏ

košara

cất cánh / hạ cánh

uzletjeti / sletjeti

thành phố
grad

làng

selo

trung tâm thành phố

centar grada

nhà

kuća

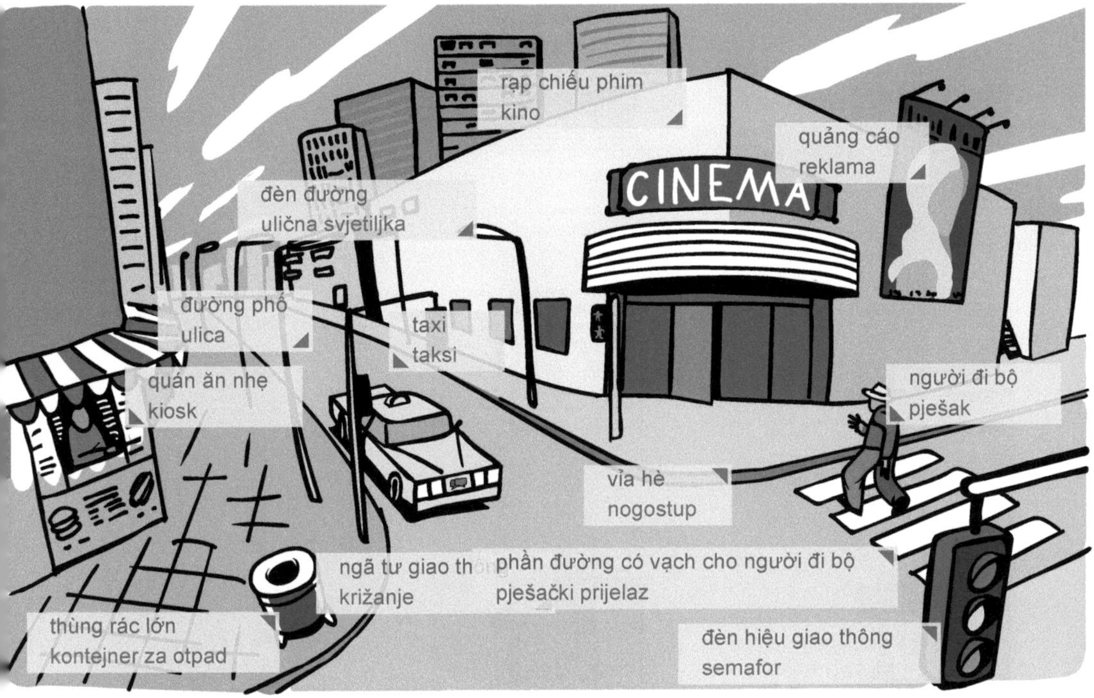

rạp chiếu phim
kino

quảng cáo
reklama

đèn đường
ulična svjetiljka

CINEMA

đường phố
ulica

taxi
taksi

người đi bộ
pješak

quán ăn nhẹ
kiosk

vỉa hè
nogostup

ngã tư giao th
križanje

phần đường có vạch cho người đi bộ
pješački prijelaz

thùng rác lớn
kontejner za otpad

đèn hiệu giao thông
semafor

nhà chòi
koliba

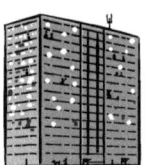

căn hộ
stan

nhà ga
kolodvor

tòa thị chính
vijećnica

viện bảo tàng
muzej

trường học
škola

thành phố - grad

đại học

sveučilište

ngân hàng

banka

bệnh viện

bolnica

khách sạn

hotel

hiệu thuốc

ljekarna

văn phòng

ured

hiệu sách

knjižara

cửa hiệu

prodavaonica

cửa hiệu bán hoa

cvjećara

siêu thị

supermarket

chợ

trg

cửa hàng bách hóa

robna kuća

người bán cá

ribarnica

trung tâm mua bán

trgovački centar

bến cảng

luka

công viên
park

ghế băng
klupa

cầu
most

cầu thang
stepenice

tàu điện ngầm
podzemna željeznica

đường hầm
tunel

trạm xe buýt
autobusna stanica

quán bar
bar

khách sạn
restoran

hòm thư công cộng
poštansko sanduče

bảng hiệu đường
ulični znak

đồng hồ đậu xe
parkirni sat

vườn bách thú
zoološki vrt

bể bơi
bazen

nhà thờ Hồi giáo
džamija

nông trại
seosko gazdinstvo

ô nhiễm môi trường
zagađenje okoliša

nghĩa trang
groblje

nhà thờ
crkva

sân chơi
igralište

ngôi đền
hram

phong cảnh
krajolik

lá cây
list

bảng chỉ đường
putokaz

lối đi
put

bãi cỏ
livada

hòn đá
kamen

người đi bộ đường dài
šetač

cây
drvo

sông
rijeka

cỏ
trava

bông hoa
cvijet

thung lũng
dolina

đồi
planina

hồ nước
jezero

rừng
šuma

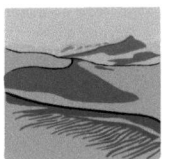

sa mạc
pustinja

núi lửa
vulkan

lâu đài
dvorac

cầu vồng
duga

nấm
gljiva

cây cọ
palma

con muỗi
moskito

con ruồi
muha

con kiến
mrav

con ong
pčela

con nhện
pauk

bọ cánh cứng

buba

con ếch

žaba

con sóc

vjeverica

con nhím

jež

con thỏ

zec

con cú

sova

con chim

ptica

thiên nga

labud

heo rừng

divlja svinja

con hươu

jelen

nai sừng tấm

los

đê

nasip

tuabin gió

vjetrenjača

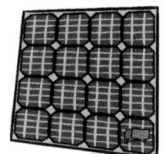

tấm năng lượng mặt trời

solarna ploča

khí hậu

klima

khách sạn

restoran

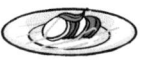

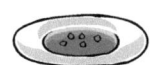

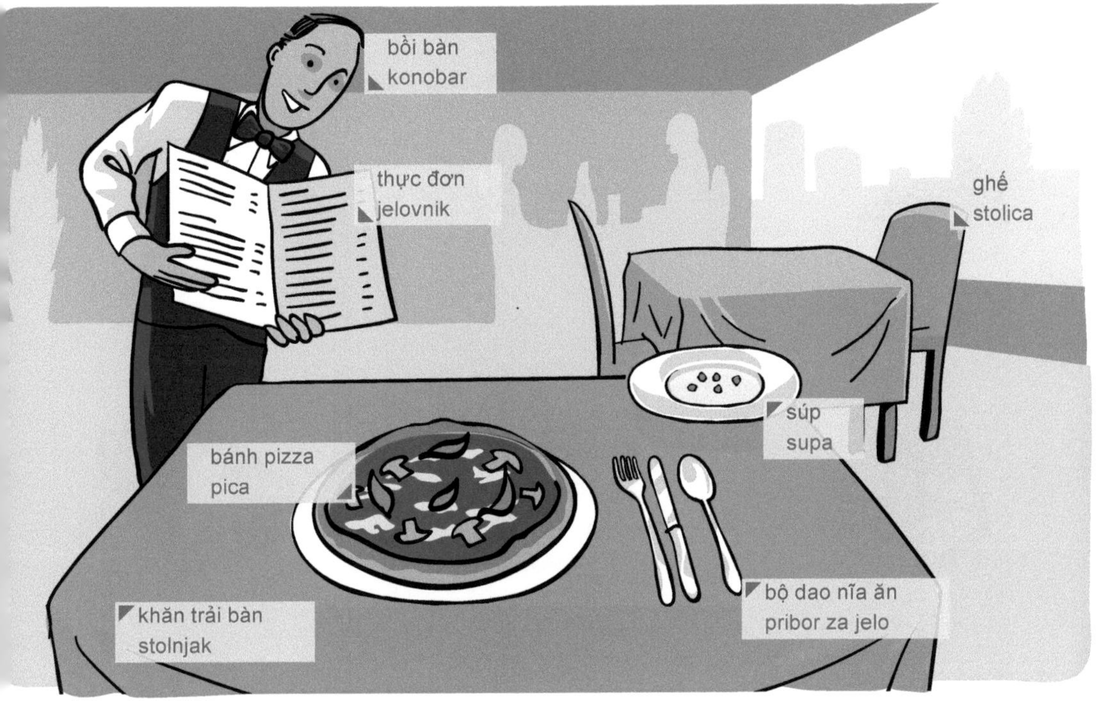

bồi bàn
konobar
thực đơn
jelovnik
ghế
stolica
súp
supa
bánh pizza
pica
bộ dao nĩa ăn
pribor za jelo
khăn trải bàn
stolnjak

món ăn khai vị

predjelo

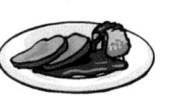

món ăn chính

glavno jelo

món tráng miệng

desert

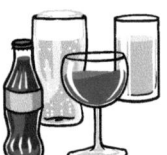

thức uống

napitci

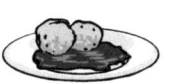

thức ăn

jelo

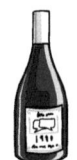

cái chai

boca

thức ăn nhanh

fastfood

thức ăn đường phố

imbis hrana

ấm trà

čajnik

hộp đường

doza za šećer

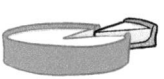

khẩu phần

porcija

máy pha espresso

aparat za espresso

ghế cao

visoka stolica

hóa đơn

račun

khay

pladanj

dao

nož

nĩa

vilica

thìa

žlica

thìa uống trà

čajna žlica

khăn ăn

ubrus

cốc thủy tinh

čaša

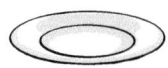

đĩa
tanjur

đĩa súp
tanjur za supu

đĩa lót cốc
tanjurić

nước sốt
sos

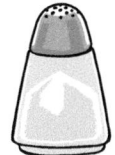

lọ muối
soljenka

cái xay tiêu
mlin za biber

giấm
ocat

dầu
ulje

gia vị
začini

nước xốt cà chua
kečap

tương hạt cải
senf

nước sốt mayonnaise
majoneza

siêu thị
supermarket

chào giá đặc biệt
ponuda
FOR
khách hàng
kupac
sản phẩm từ sữa
mliječni proizvodi
trái cây
voće
xe đẩy mua sắm
kolica za kupnju

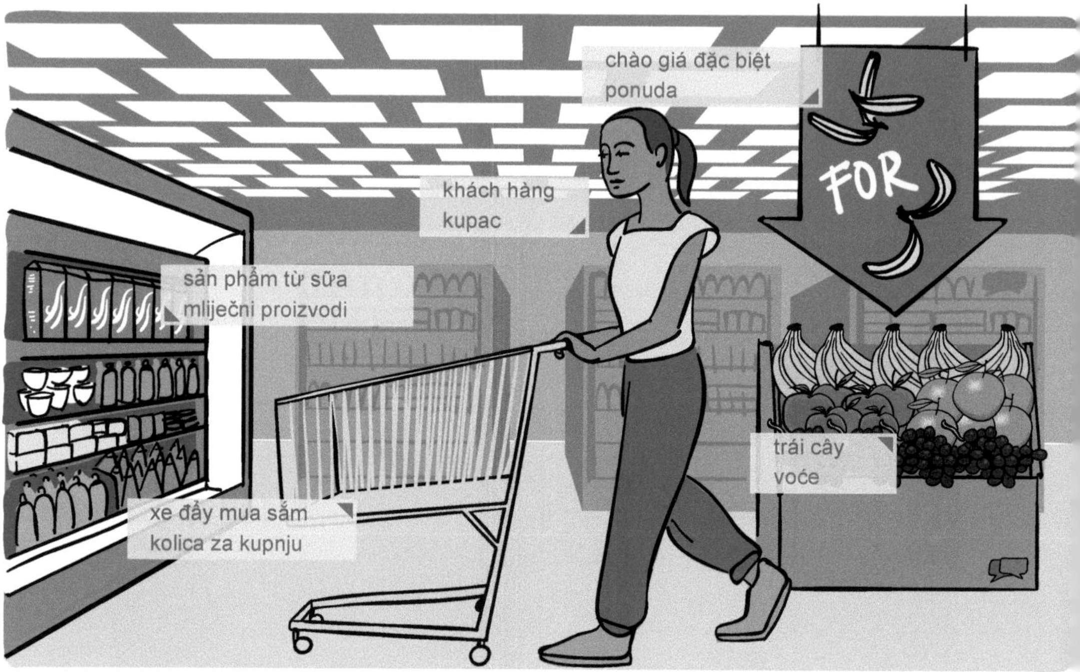

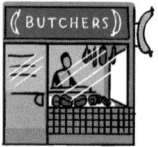

BUTCHERS

lò mổ

mesnica

BAKERY

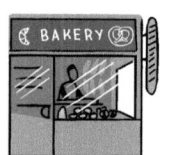

cửa hiệu bán bánh mì

pekarnica

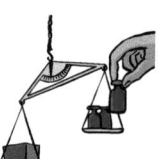

cân nặng

vagati

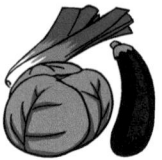

rau quả

povrće

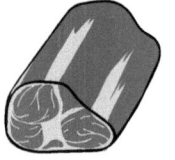

thịt

meso

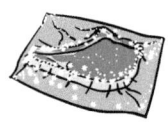

thức ăn đông lạnh

duboko smrznuta hrana

lát thịt nguội

narezak

đồ hộp

konzerve

bột giặt

sredstvo za pranje

đồ ngọt

slatkiši

sản phẩm dùng trong gia đình

artikli za domaćinstvo

chất tẩy rửa

sredstva za čišćenje

người bán hàng

prodavačica

quầy trả tiền

blagajna

nhân viên thu ngân

blagajnik

danh sách mua sắm

lista za kupnju

giờ mở cửa

vrijeme rada

ví tiền

novčanik

thẻ tín dụng

kreditna kartica

túi đeo

torba

túi ny lông

plastična vrećica

nước

voda

nước quả ép

sok

sữa

mlijeko

coca-cola

cola

rượu vang

vino

bia

pivo

cồn

alkohol

cacao

kakao

trà

čaj

cà phê

kava

espresso

espresso

cappuccino

cappuccino

chuối

banana

quả táo

jabuka

quả cam

naranča

dưa hấu

lubenica

chanh

limun

cà rốt

mrkva

tỏi

češnjak

tre

bambus

củ hành

luk

nấm

gljiva

hạt dẻ

orašasti plodovi

mì

rezanci

mì spaghetti

špagete

cơm

riža

xà lách

salata

khoai tây chiên

pomfrit

khoai tây chiên

pečeni krumpir

bánh pizza

pica

bánh hamburger

hamburger

bánh mì sandwich

sendvič

thịt côtlet

šnicla

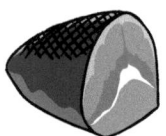

thịt giăm bông

pršut

xúc xích

salama

dồi

kobasica

gà

kokoš

rán

pečenje

cá

riba

cháo yến mạch

zobene pahuljice

cháo muesli

musli

bánh bột ngô nướng

kukuruzne pahuljice

bột mì

brašno

bánh sừng bò

roščić

bánh mì

pecivo

bánh mì

kruh

bánh mì nướng

toast

bánh bích quy

keksi

bơ

maslac

sữa đông

svježi sir

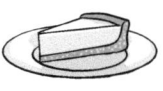

bánh ngọt

kolač

trứng

jaje

trứng rán

jaje na oko

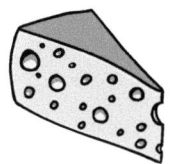

pho mát

sir

thức ăn - jelo

kem
sladoled

đường
šećer

mật ong
med

mứt
marmelada

kem nougat
nugat krema

cà ri
curry

thức ăn - jelo

nông trại
seosko gazdinstvo

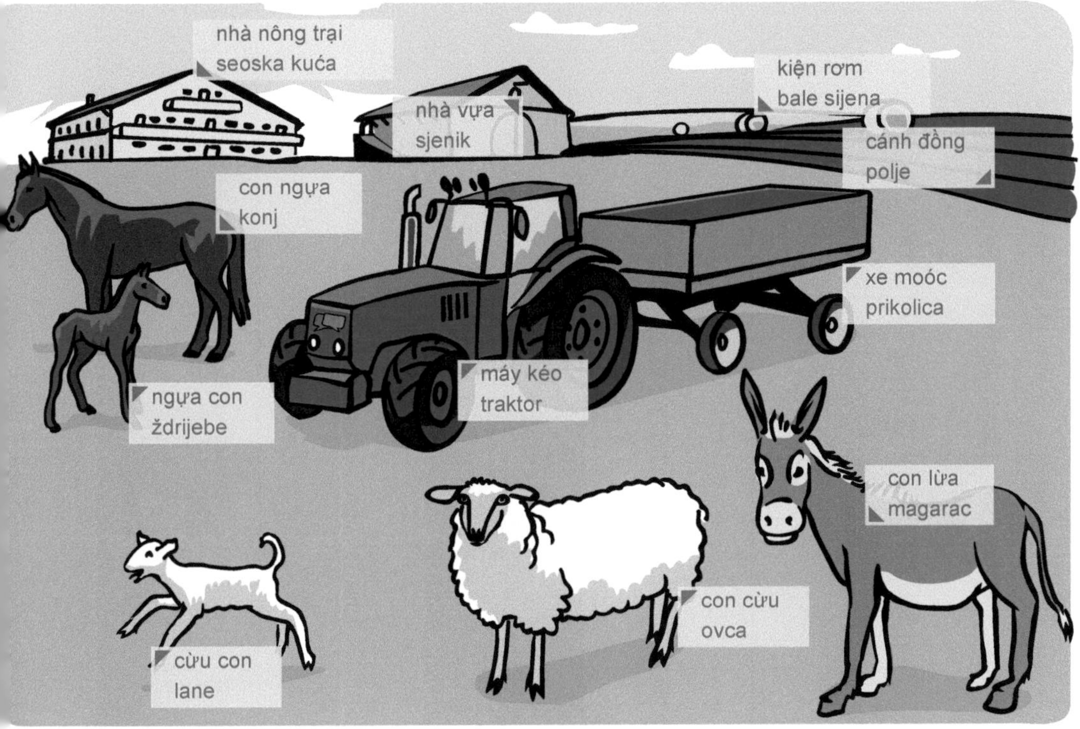
nhà nông trại
seoska kuća
nhà vựa
sjenik
kiện rơm
bale sijena
cánh đồng
polje
con ngựa
konj
xe moóc
prikolica
máy kéo
traktor
ngựa con
ždrijebe
con lừa
magarac
con cừu
ovca
cừu con
lane

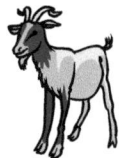

con dê
koza

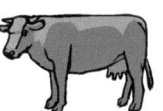

con bò
krava

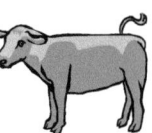

con bê
tele

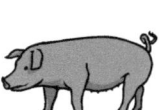

con lợn
svinja

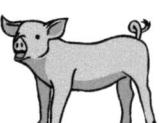

lợn con
prase

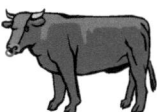

bò đực
bik

con ngỗng

guska

con vịt

patka

gà con

pilići

gà mái

kokoš

gà trống

pijetao

con chuột

pacov

mèo

mačka

chuột nhắt

miš

bò đực

vol

con chó

pas

nhà chuồng chó

kućica za psa

ống tưới vườn cây

vrtno crijevo

thùng tưới cây

kanta za polijevanje

lưỡi hái

kosa

cái cày

plug

cái liềm

srp

cái cuốc

motika

cái chĩa

vilica za gnojivo

cái rìu

sjekira

xe cút kít

tačke

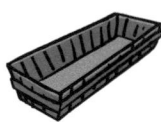

máng ăn

korito

lọ sữa

posuda za mlijeko

bao tải

vreća

hàng rào

ograda

chuồng

štala

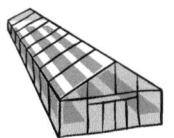

nhà kính trồng cây

staklenik

đất trồng

zemlja

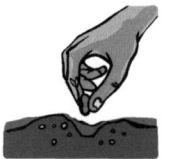

hạt giống

sjeme

phân bón

gnojivo

máy gặt đập liên hợp

kombajn

thu hoạch
žanjati

mùa thu hoạch
žetva

khoai lang
yams začin

lúa mì
pšenica

đậu nành
soja

khoai tây
krumpir

ngô
kukuruz

hạt cải dầu
uljana repica

cây ăn trái
voćka

sắn
gomolj manioke

ngũ cốc
žitarice

nhà
kuća

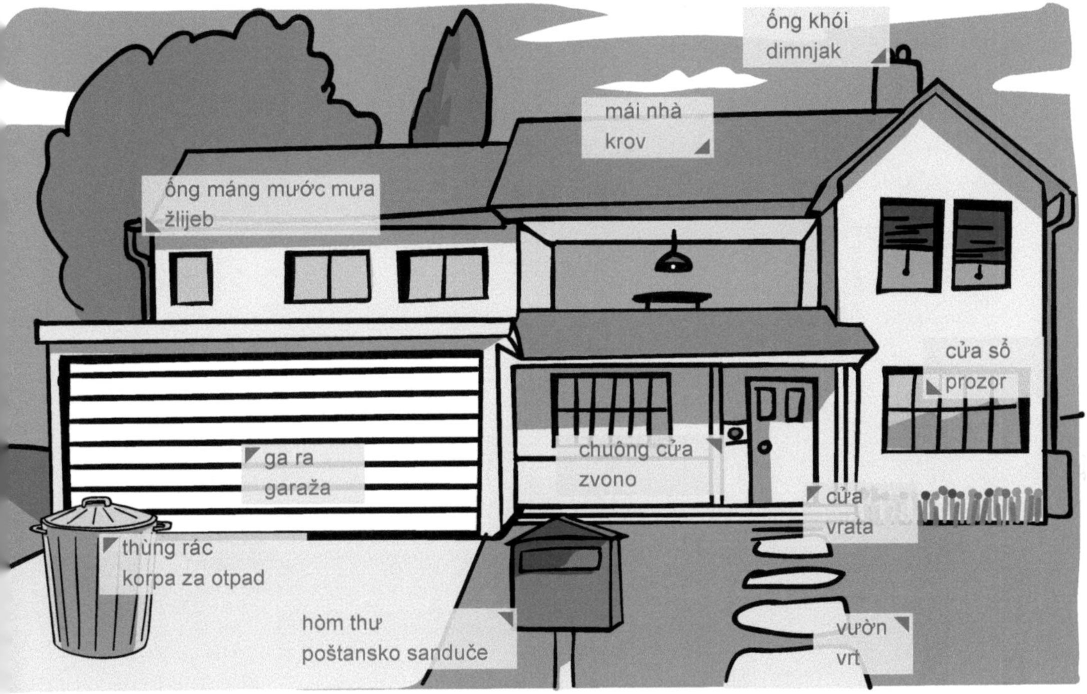
ống khói
dimnjak
mái nhà
krov
ống máng mước mưa
žlijeb
cửa sổ
prozor
chuông cửa
zvono
ga ra
garaža
cửa
vrata
thùng rác
korpa za otpad
hòm thư
poštansko sanduče
vườn
vrt

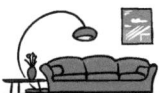

phòng khách

dnevna soba

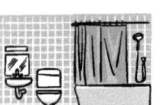

phòng tắm

kupaonica

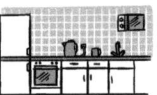

bếp

kuhinja

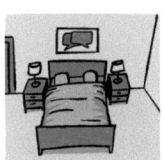

phòng ngủ

spavaća soba

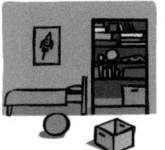

phòng trẻ em

dječija soba

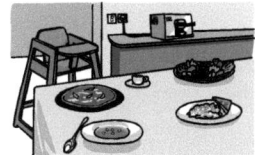

phòng ăn

trpezarija

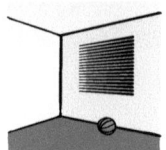

nền nhà

pod

tường

zid

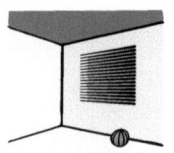

trần nhà

strop

tầng hầm

podrum

tắm hơi

sauna

ban công

balkon

sân hiên

terasa

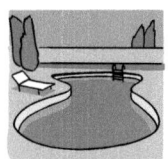

bể bơi

bazen

máy cắt cỏ

kosilica za travu

khăn trải giường

posteljina za krevet

khăn trải giường

deka za krevet

giường

krevet

chổi

metla

cái xô

kanta

công tắc điện

sklopka

phòng khách
dnevna soba

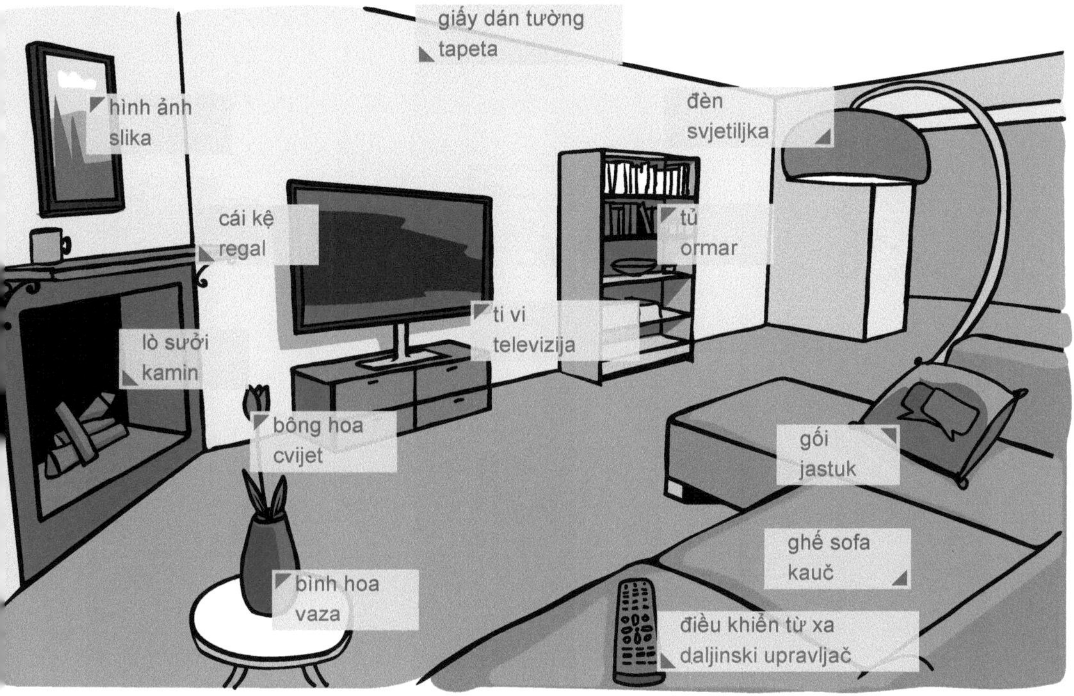
giấy dán tường
tapeta
hình ảnh
slika
đèn
svjetiljka
cái kệ
regal
tủ
ormar
ti vi
televizija
lò sưởi
kamin
bông hoa
cvijet
gối
jastuk
ghế sofa
kauč
bình hoa
vaza
điều khiển từ xa
daljinski upravljač

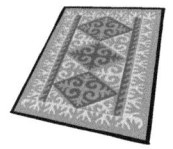

thảm

tepih

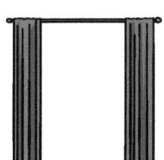

rèm

zavjesa

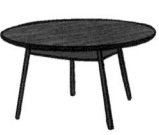

cái bàn

stol

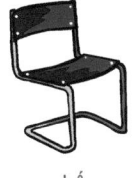

ghế

stolica

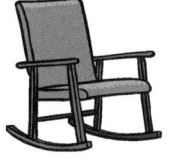

ghế bập bênh

stolica za njihanje

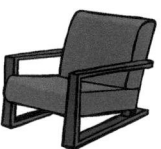

ghế bành

fotelja

sách

knjiga

cái chăn

deka

đồ trang trí

dekoracija

củi

drvo za ogrjev

phim

film

máy hi-fi

stereo uređaj

chìa khóa

ključ

báo

novine

bức tranh

slika na platnu

áp phích

poster

radio

radio

sổ ghi chép

blok za pisanje

máy hút bụi

usisavač

cây xương rồng

kaktus

cây nến

svijeća

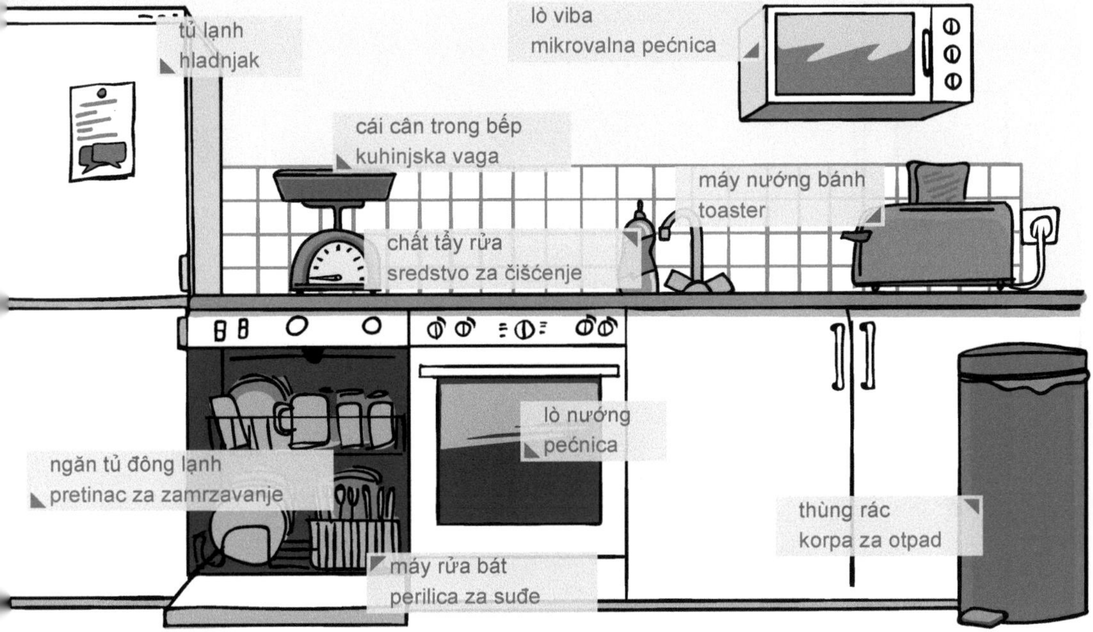

tủ lạnh
hladnjak

lò viba
mikrovalna pećnica

cái cân trong bếp
kuhinjska vaga

máy nướng bánh
toaster

chất tẩy rửa
sredstvo za čišćenje

lò nướng
pećnica

ngăn tủ đông lạnh
pretinac za zamrzavanje

thùng rác
korpa za otpad

máy rửa bát
perilica za suđe

lò nấu

štednjak

nồi

lonac

nồi sắt

željezni lonac

chảo

wok / kadai

chảo

tava

ấm đun nước

kuhalo za vodu

nồi đun hơi

kuhalo na paru

khay lò nướng

lim za pečenje

bát đĩa

posuđe

cốc

čaša

cái bát

zdjela

đũa

štapići za jelo

cái vá

kutljača

bàn xẻng

lopatica

que đánh kem

pjenjača

rây dùng trong bếp

sito za kuhanje

cái rây lọc

sito

cái nạo

ribež

vữa

mužar

vỉ nướng

roštilj

ngọn lửa trần

ognjište

cái thớt
daska

trục cán bột
oklagija

cái mở nút chai
vadičep

vỏ đồ hộp
konzerva

cái mở vỏ đồ hộp
otvarač konzervi

miếng nhắc nồi
krpa za lonac

bồn rửa bát
sudoper

bàn chải
četka

miếng xốp
spužva

máy xay
mikser

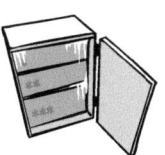

tủ đông lạnh
zamrzivač

bình sữa cho trẻ sơ sinh
bočica za bebe

vòi nước
slavina za vodu

phòng tắm
kupaonica

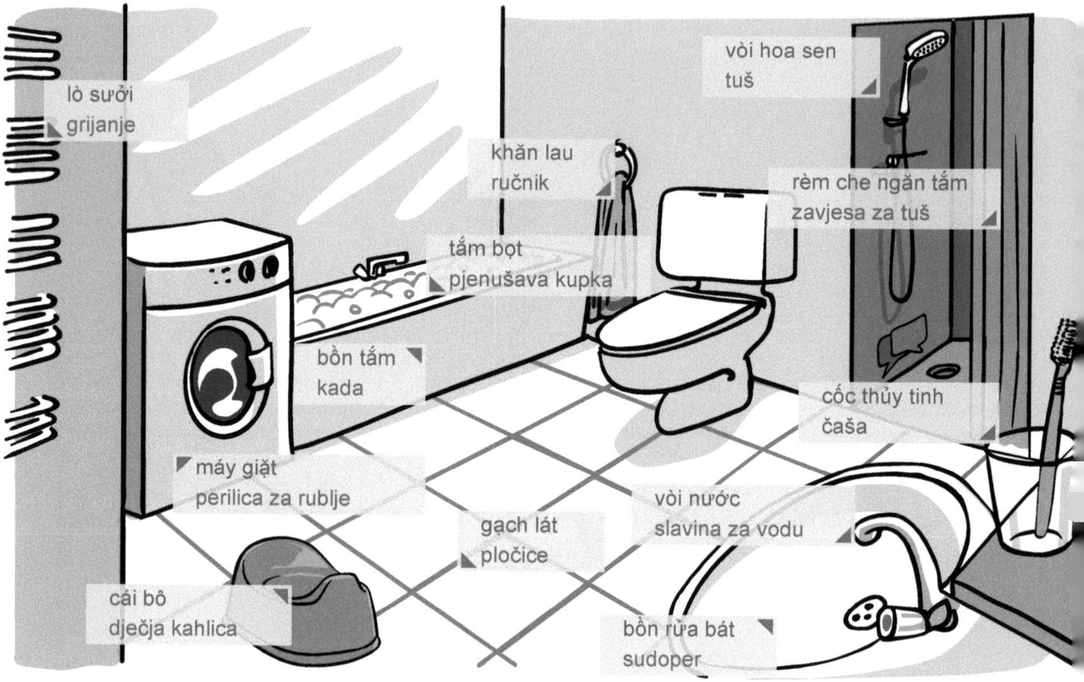

vòi hoa sen
tuš
lò sưởi
grijanje
khăn lau
ručnik
rèm che ngăn tắm
zavjesa za tuš
tắm bọt
pjenušava kupka
bồn tắm
kada
cốc thủy tinh
čaša
máy giặt
perilica za rublje
vòi nước
slavina za vodu
gạch lát
pločice
cái bô
dječja kahlica
bồn rửa bát
sudoper

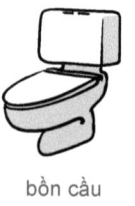

bồn cầu

toalet

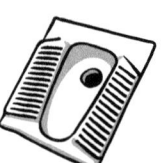

bồn cầu ngồi xổm

čučavac

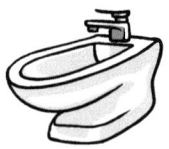

bồn rửa hậu môn

bidet

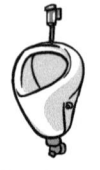

bồn tiểu tiện

pisoar

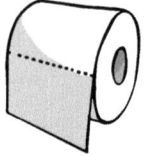

giấy vệ sinh

papir za toalet

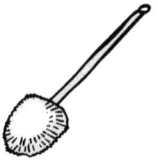

bàn chải cọ bồn cầu

četka za toalet

bàn chải đánh răng

četkica za zube

kem đánh răng

pasta za zube

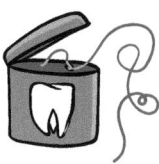

chỉ nha khoa

konac za zube

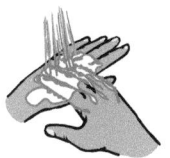

rửa

prati

vòi sen cầm tay

tuš ručica

vòi rửa hậu môn

tuš za pranje intimnih
dijelova

bồn rửa

lavor

bàn chải cọ lưng

četka za pranje leđa

xà phòng

sapun

sữa tắm

gel za tuširanje

dầu gội

šampon

khăn cọ để tắm

krpa za pranje

lỗ thoát nước

odvod

kem

krema

chất khử mùi

dezodorans

gương

ogledalo

gương tay

kozmetičko ogledalo

dao cạo râu

brijač

kem cạo râu

pjena za brijanje

nước thơm dùng sau khi cạo râu

losion za poslije brijanja

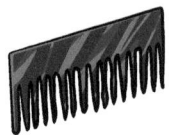

cái lược

češalj

bàn chải

četka

máy xấy tóc

sušilo za kosu

keo xịt tóc

sprej za kosu

đồ trang điểm

makeup

thỏi son môi

ruž za usne

sơn bôi móng

lak za nokte

bông

vata

kéo cắt móng

škare za nokte

nước hoa

parfem

túi đựng đồ tắm
neseser

ghế đẩu
stolica

cái cân
vaga

áo choàng tắm
ogrtač

găng tay làm vệ sinh
rukavice za čišćenje

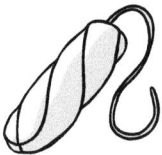

nút gạc
tampon

băng vệ sinh
uložak

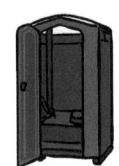

nhà vệ sinh hóa chất
kemijski toalet

phòng trẻ em

dječija soba

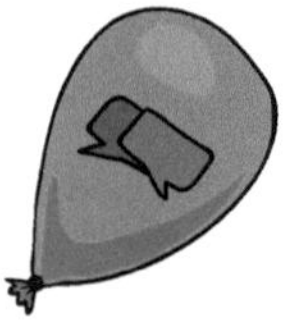

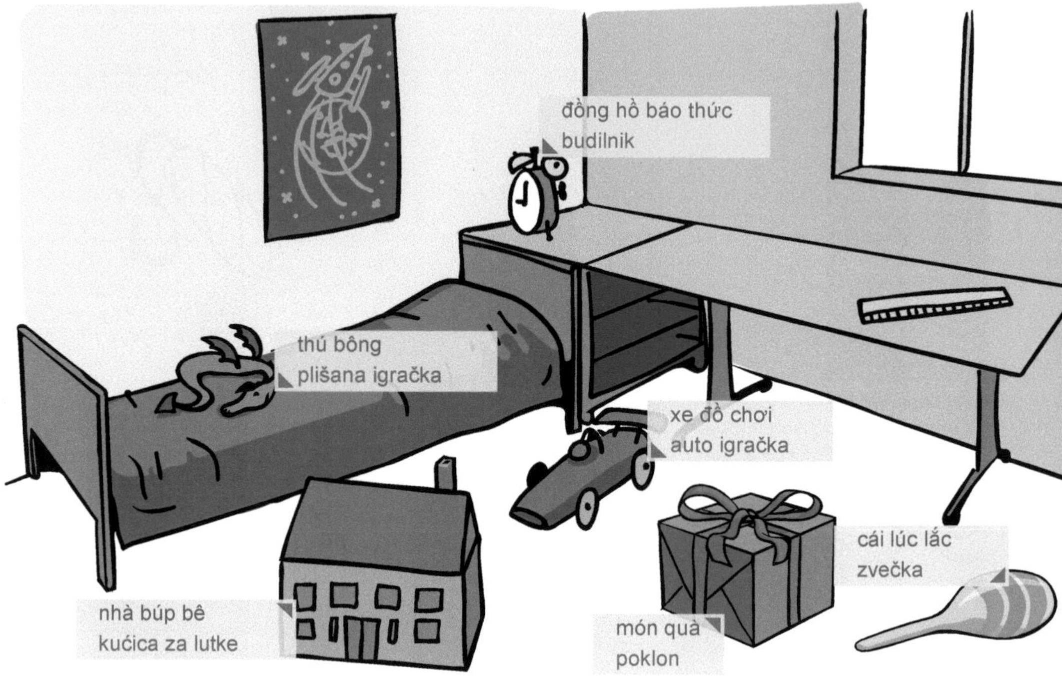

đồng hồ báo thức
budilnik
thú bông
plišana igračka
xe đồ chơi
auto igračka
cái lúc lắc
zvečka
nhà búp bê
kućica za lutke
món quà
poklon

bong bóng

balon

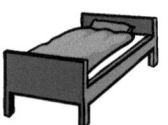

giường

krevet

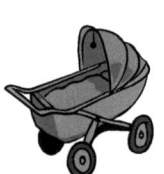

xe nôi

dječija kolica

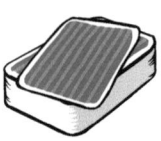

trò chơi bài

igra s kartama

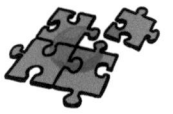

trò chơi ghép hình

slagalica

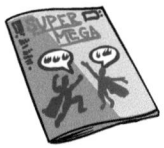

truyện tranh

strip

gạch Lego

lego kockice

khối xếp hình

kockice za slaganje

nhân vật hành động

akcioni junak

áo liền quần cho trẻ sơ sinh

kombinezon za bebe

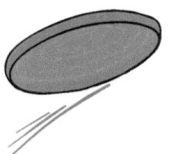

đĩa nhựa để ném

frizbi

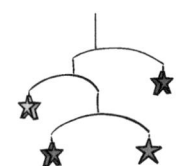

đồ chơi treo trên giường

viseće igračke

trò chơi cờ bàn

društvene igre

xúc xắc

kocka

đồ chơi xe lửa mô hình

minijaturna željeznica

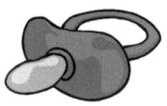

ti giả

duda

buổi tiệc

tulum

sách tranh

slikovnica

quả bóng

lopta

búp bê

lutka

chơi

igrati

hố cát

pješčanik

cái đu

ljuljačka

đồ chơi

igračka

máy chơi game cầm tay

konzola za igre

xe ba bánh

tricikl

gấu bông

plišani medo

tủ quần áo

ormar

y phục
odjeća

bít tất

kratke čarape

bít tất dài

čarape

quần tất

hulahopke

khăn choàng cổ
šal

dây thắt lưng
kaiš

ô che mưa
kišobran

áp phông
t-shirt

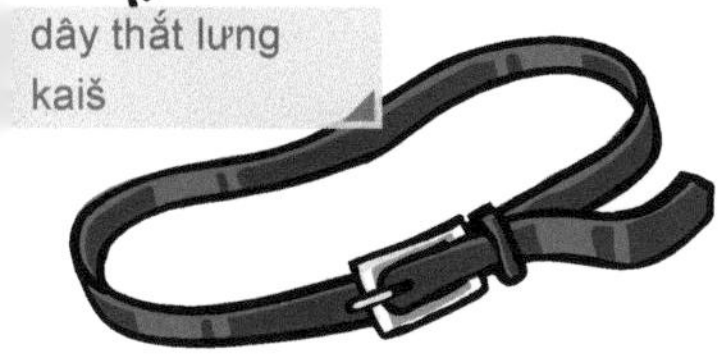

giày sneaker
patike

ủng
čizme

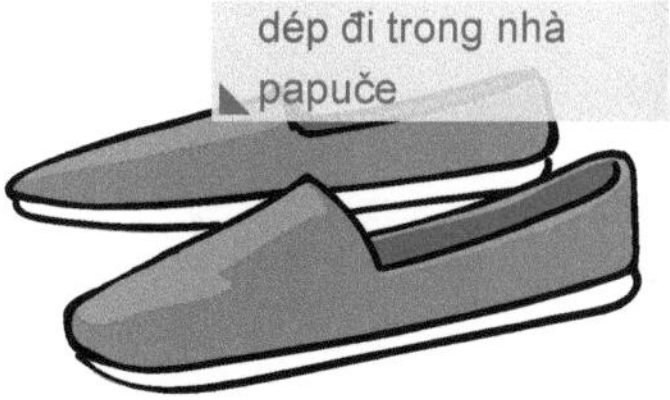

dép đi trong nhà
papuče

dép xăng đan
·················
sandale

giày
·················
cipele

ủng cao su
·················
gumene čizme

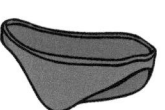

quần lót
·················
gaćice

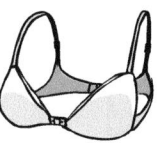

áo ngực
·················
grudnjak

áo vest
·················
potkošulja

áo ôm sát cơ thể
bodi

quần dài
hlače

quần bò
džins

váy
haljina

áo cánh
bluza

áo sơ mi
košulja

áo len chui đầu
džemper

áo len
pulover s kapuljačom

áo blazer
blejzer

áo jacket
jakna

áo khoác
kaput

áo mưa
kabanica

trang phục
kostim

áo váy
haljina

áo cưới
vjenčanica

bộ com lê

odijelo

áo ngủ

spavaćica

pijama

pidžama

trang phục sari

sari

khăn trùm đầu

rubac

khăn đội đầu

turban

áo burka

burka

áo captan

kaftan

áo aba

abaja

quần áo bơi

kupaći kostim

quần bơi

kupaće gaćice

quần đùi

kratke hlače

quần áo tracksuit

odjeća za trening

tạp dề

pregača

găng tay

rukavice

cái cúc

gumb

kính mắt

naočale

vòng đeo tay

narukvica

vòng cổ

ogrlica

nhẫn

prsten

hoa tai

naušnica

mũ lưỡi trai

kapa

cái mắc treo áo quần

vješalica

mũ

šešir

cà vạt

kravata

dây kéo phéc mơ tuya

patent zatvarač

mũ bảo hiểm

kaciga

dây đeo quần

naramenice

đồng phục học sinh

školska uniforma

đồng phục

uniforma

yếm trẻ em
podbradak

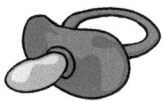

ti giả
duda

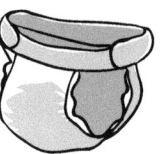

tã lót
pelena

văn phòng
ured

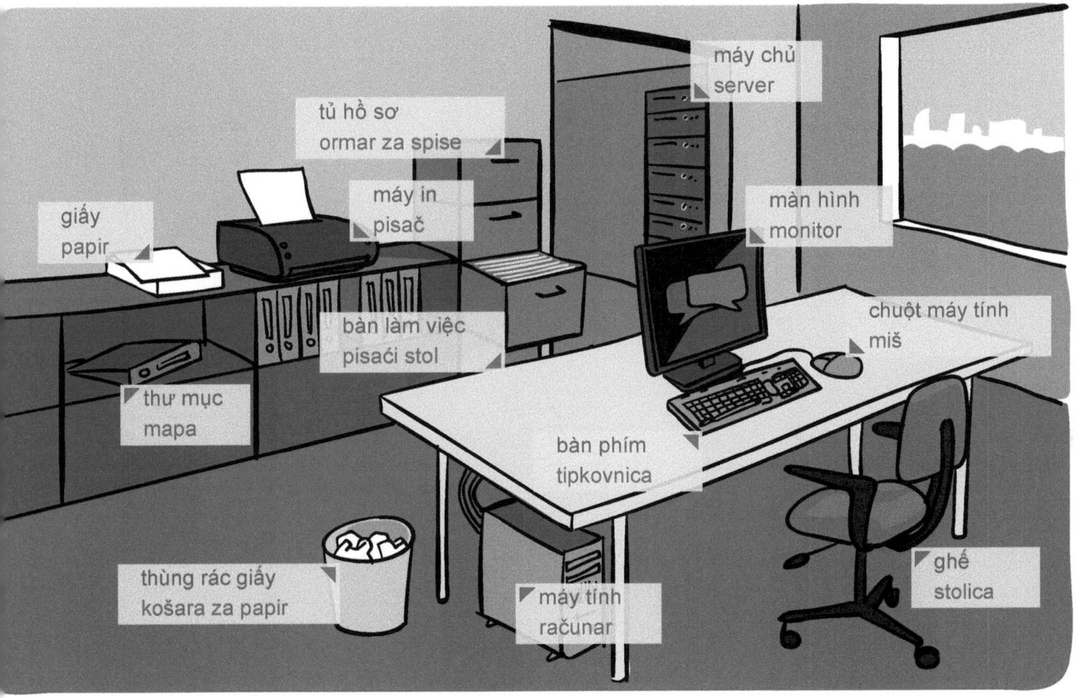

máy chủ
server

tủ hồ sơ
ormar za spise

máy in
pisač

giấy
papir

màn hình
monitor

chuột máy tính
miš

bàn làm việc
pisaći stol

thư mục
mapa

bàn phím
tipkovnica

thùng rác giấy
košara za papir

máy tính
računar

ghế
stolica

cốc cà phê
šalica za kavu

máy tính bỏ túi
kalkulator

internet
internet

laptop

laptop

thư

pismo

tin nhắn

poruka

điện thoại di động

mobilni telefon

mạng

mreža

máy photocopy

uređaj za kopiranje

phần mềm

softver

điện thoại

telefon

ổ cắm điện

utičnica

máy fax

faks

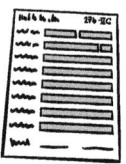

mẫu đơn

obrazac

chứng từ

dokument

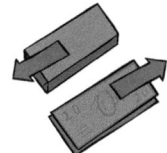

mua
kupovati

trả tiền
platiti

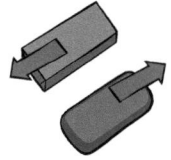

buôn bán
trgovati

tiền
novac

đô la
dolar

Euro
euro

yên
jen

rúp
rubalj

franc Thụy Sĩ
švicarski franak

nhân dân tệ
renmindbi yuan

rupi
rupija

máy rút tiền tự động
automat za novac

quầy đổi tiền

mjenjačnica

vàng

zlato

bạc

srebro

dầu

nafta

năng lượng

energija

giá tiền

cijena

hợp đồng

ugovor

thuế

porez

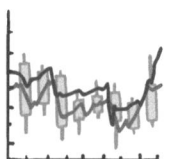

cổ phiếu

dionica

làm việc

raditi

nhân viên

službenik

chủ lao động

poslodavac

nhà máy

tvornica

cửa hiệu

prodavaonica

nghề nghiệp
zanimanja

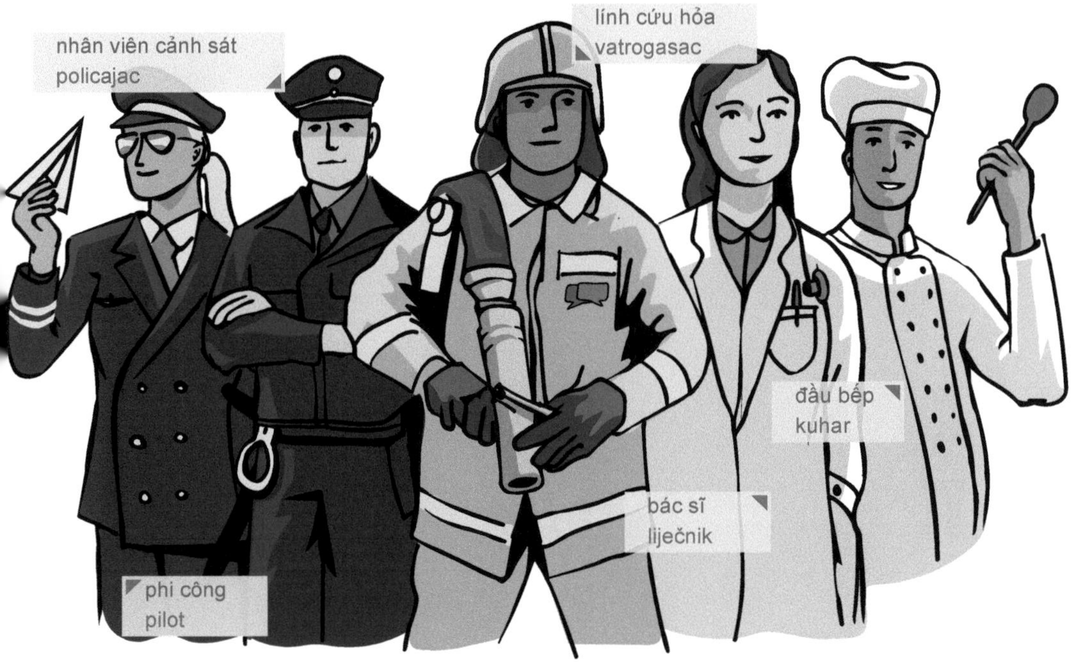
nhân viên cảnh sát
policajac
lính cứu hỏa
vatrogasac
đầu bếp
kuhar
bác sĩ
liječnik
phi công
pilot

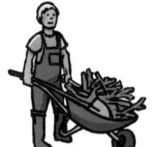

người làm vườn

vrtlar

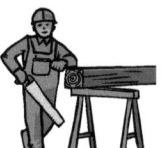

thợ mộc

stolar

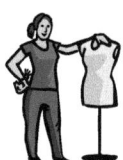

thợ may

krojačica

chánh án

sudija

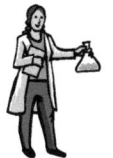

nhà hóa học

kemičar

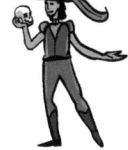

diễn viên

glumac

tài xế xe buýt

vozač autobusa

người lái taxi

vozač taksija

ngư dân

ribar

người lau dọn vệ sinh

čistačica

thợ lợp mái nhà

krovopokrivač

bồi bàn

konobar

thợ săn

lovac

họa sĩ

slikar

thợ làm bánh

pekar

thợ điện

električar

thợ xây dựng

građevinski radnik

kỹ sư

inženjer

người hàng thịt

mesar

thợ sửa ống nước

limar

người đưa thư

poštar

người lính

vojnik

kiến trúc sư

arhitekta

nhân viên thu ngân

blagajnik

người bán hoa

cvjećar

thợ cắt tóc

frizer

nhân viên soát vé

kondukter

thợ cơ khí

mehaničar

thuyền trưởng

kapetan

nha sĩ

zubar

nhà khoa học

znanstvenik

giáo sĩ Do thái

rabi

lãnh tụ Hồi giáo

imam

nhà sư

monah

mục sư

svećenik

dụng cụ
alati

cây búa
čekić
kìm
kliješta
tua vít
odvijač
cờ lê
ključ za vijke
đèn pin
džepna svjetiljka

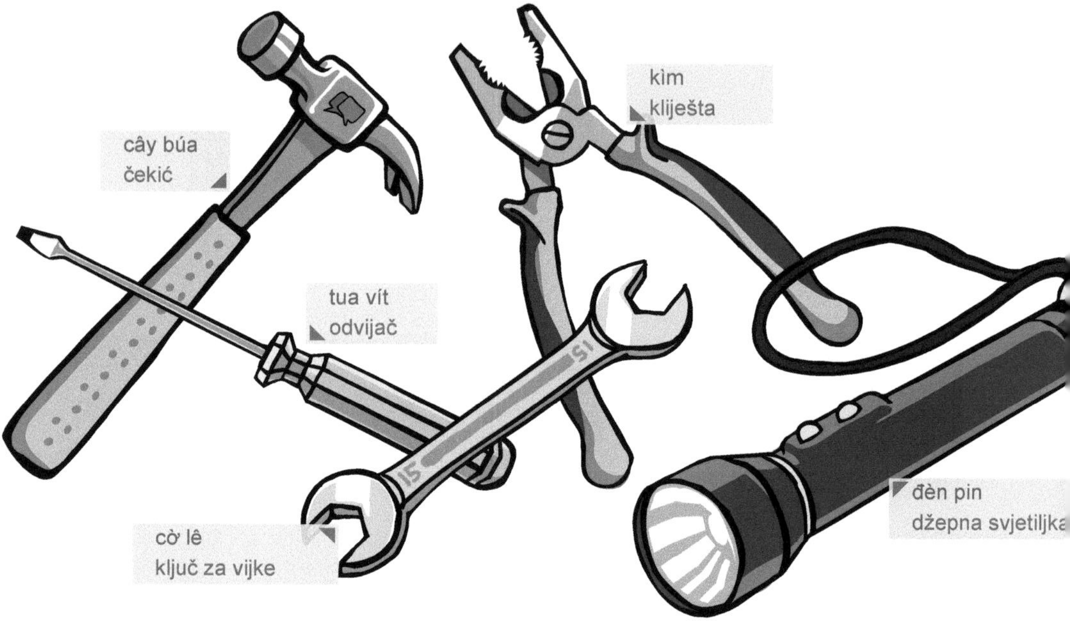

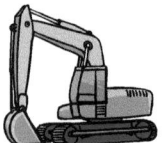

máy xúc đất

rovokopač

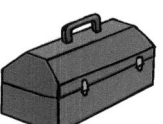

hộp dụng cụ

kutija za alat

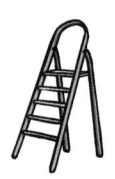

cái thang

ljestve

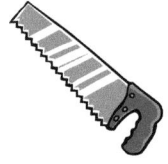

cưa

pila

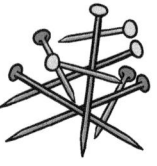

đinh

ekser

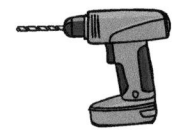

máy khoan

bušilica

sửa chữa
....
popraviti

cái xẻng
....
lopata

khốn nạn!
....
Sranje!

cái hót rác
....
lopatica

thùng sơn
....
lonac za boju

vít
....
vijci

nhạc cụ
glazbeni instrument

loa
zvučnik

bộ trống
bubnjevi

đàn ghi ta
gitara

đàn công tra bát
kontrabas

kèn trompet
truba

đàn piano

klavir

đàn vĩ cầm

violina

ghi ta bass

bas

trống định âm

timpani

trống

udaraljke za bubnjeve

đàn organ

keyboard

kèn Saxophone

saksofon

sáo

flauta

micro

mikrofon

nhạc cụ - glazbeni instrument

vườn bách thú
zoološki vrt

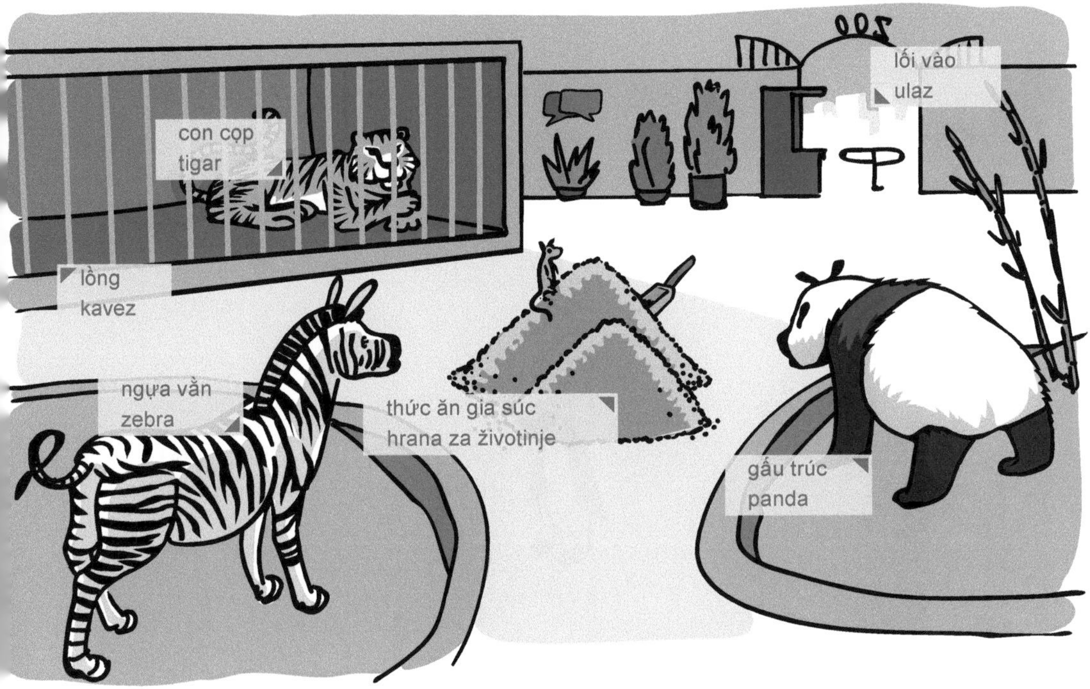

ZOO
lối vào
ulaz
con cọp
tigar
lồng
kavez
ngựa vằn
zebra
thức ăn gia súc
hrana za životinje
gấu trúc
panda

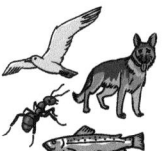

động vật
životinje

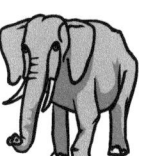

con voi
slon

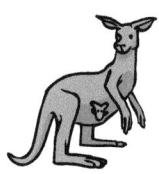

chuột túi
kengur

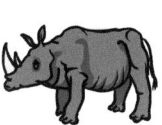

tê giác
nosorog

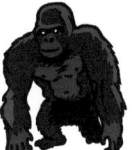

khỉ đột
gorila

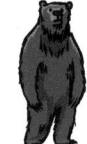

con gấu
medvjed

lạc đà

kamila

đà điểu

noj

sư tử

lav

con khỉ

majmun

hồng hạc

flamingo

con vẹt

papagaj

gấu bắc cực

polarni medvjed

chim cánh cụt

pingvin

cá mập

ajkula

con công

paun

con rắn

zmija

cá sấu

krokodil

người trông giữ vườn bách
thú
čuvar u zoološkom vrtu

hải cẩu

tuljan

báo đốm

jaguar

vườn bách thú - zoološki vrt

ngựa lùn
poni

con báo
leopard

hà mã
nilski konj

hươu cao cổ
žirafa

đại bàng
orao

heo rừng
divlja svinja

cá
riba

con rùa
kornjača

hải mã
morž

con cáo
lisica

linh dương
gazela

vườn bách thú - zoološki vrt

bóng bầu dục Mỹ
američki nogomet

đua xe đạp
biciklizam

quần vợt
tenis

bóng rổ
košarka

bơi
plivanje

đấm bốc
boks

khúc côn cầu trên băng
hockey na ledu

bóng đá
nogomet

cầu lông
badminton

điền kinh
atletika

bóng ném
rukomet

trượt tuyết
skijanje

polo
polo

cười
smijati se

nhảy
skočiti

ôm
zagrliti

đi bộ
ići

ca hát
pjevati

mơ
sanjati

cầu nguyện
moliti se

hôn
poljubiti

viết
pisati

vẽ
crtati

chỉ trỏ
pokazati

đẩy
gurati

cho
dati

lấy đi
uzeti

có
imati

làm
činiti

thì / là
biti

đứng
stojati

chạy
trčati

kéo
povlačiti

ném
baciti

rơi
padati

nằm
ležati

chờ đợi
čekati

mang vác
nositi

ngồi
sjediti

mặc quần áo
oblačiti

ngủ
spavati

thức dậy
probuditi se

xem
....
gledati

khóc
....
plakati

vuốt ve
....
milovati

chải
....
češljati

nói chuyện
....
govoriti

hiểu
....
razumjeti

câu hỏi
....
pitati

nghe
....
slušati

uống
....
piti

ăn
....
jesti

dọn dẹp
....
pospremiti

yêu
....
voljeti

nấu nướng
....
kuhati

lái xe
....
voziti

bay
....
letjeti

đi thuyền buồm

ploviti

tính toán

računati

đọc

čitati

học

učiti

làm việc

raditi

cưới

vjenčati se

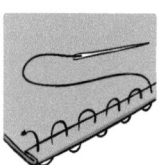

khâu vá

šiti

đánh răng

prati zube

giết

ubiti

hút thuốc

pušiti

gửi đi

poslati

gia đình
obitelj

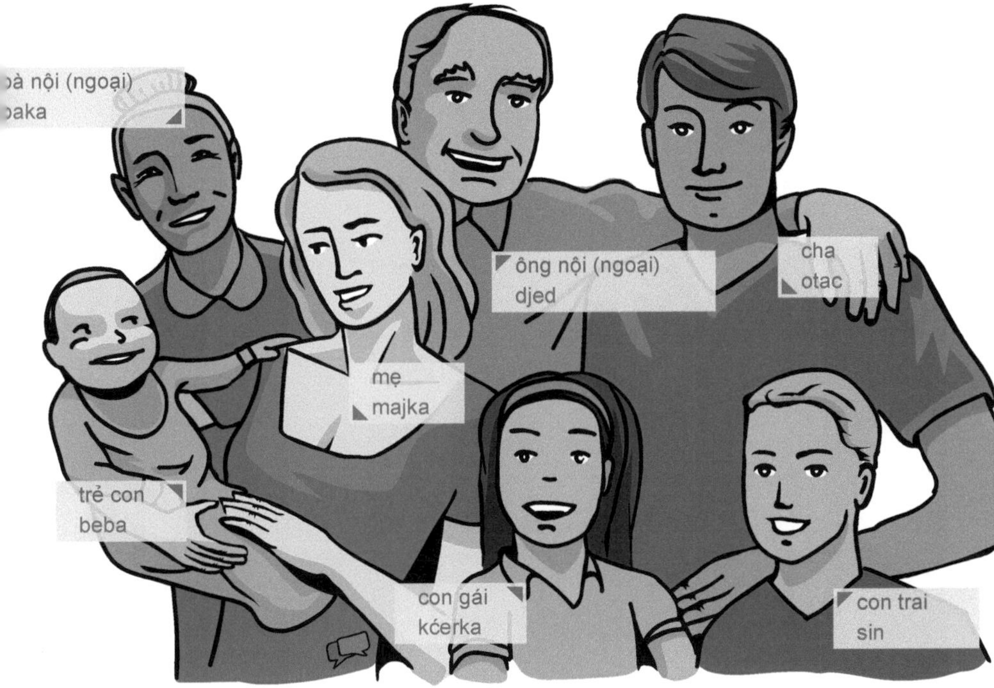

à nội (ngoại)
aka
ông nội (ngoại)
djed
cha
otac
mẹ
majka
trẻ con
beba
con gái
kćerka
con trai
sin

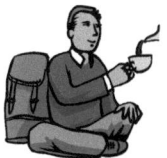

khách

gost

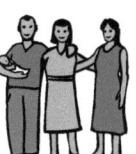

cô (dì)

tetka

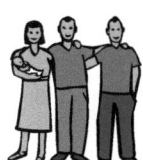

chú, bác (cậu)

ujak, stric

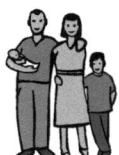

anh (em) trai

brat

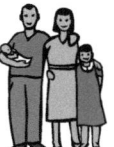

chị (em) gái

sestra

cơ thể

tijelo

trán
čelo
mắt
oko
vai
rame
ngón tay
prst
mặt
lice
cằm
brada
bàn tay
ruka
chân
noga
ngực
grudi
cánh tay
ruka

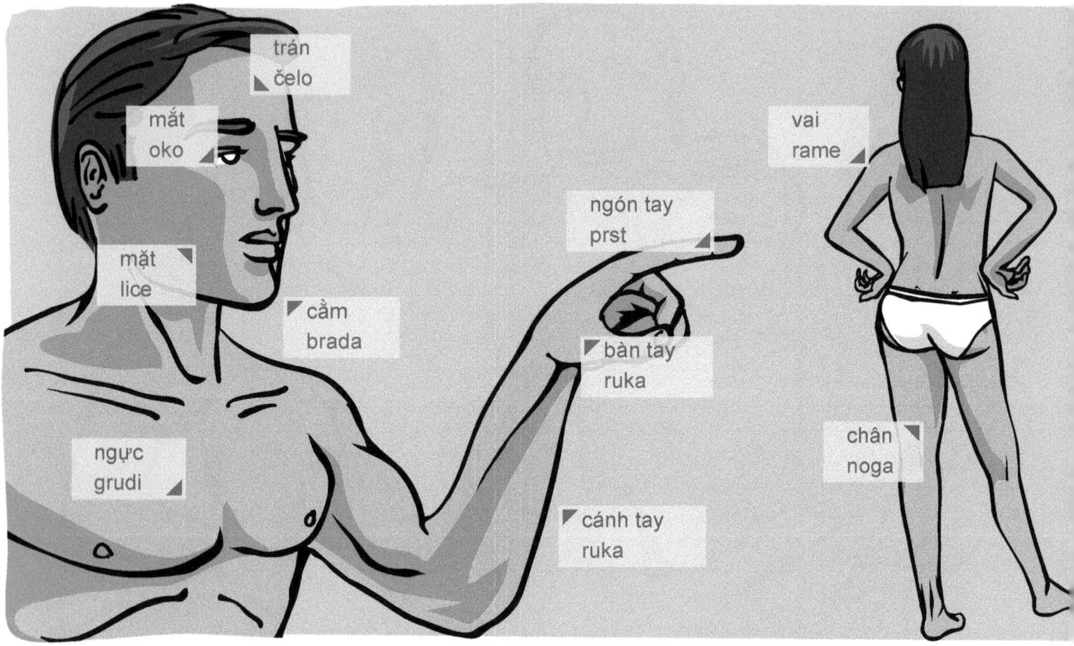

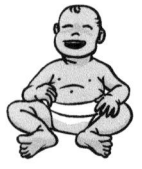

trẻ con

beba

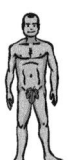

đàn ông

muškarac

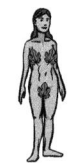

phụ nữ

žena

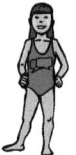

bé gái

djevojčica

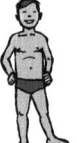

bé trai

dječak

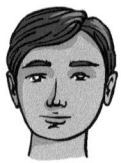

đầu

glava

lưng
leđa

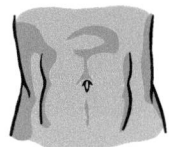

bụng
trbuh

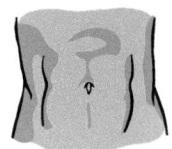

rốn
pupak

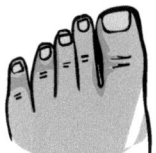

ngón chân
nožni prst

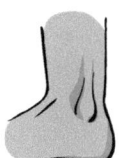

gót chân
peta

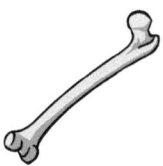

xương
kost

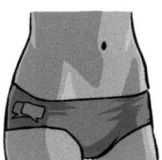

hông
kuk

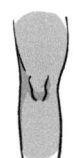

đầu gối
koljeno

khuỷu tay
lakat

mũi
nos

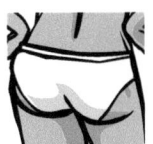

mông
stražnjica

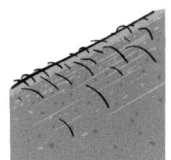

da
koža

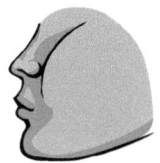

má
obraz

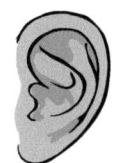

tai
uho

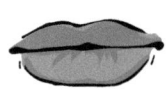

môi
usna

miệng
usta

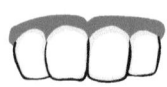

răng
zub

lưỡi
jezik

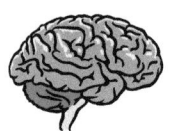

não
mozak

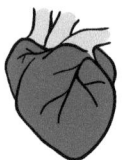

tim
srce

cơ bắp
mišić

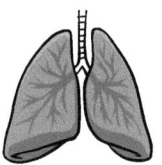

phổi
pluća

gan
jetra

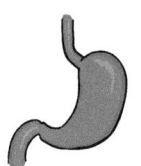

dạ dày
želudac

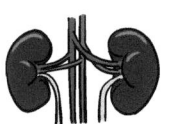

thận
bubrezi

giao hợp
snošaj

bao cao su
kondom

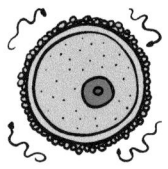

noãn
jajna stanica

tinh dịch
sperma

mang thai
trudnoća

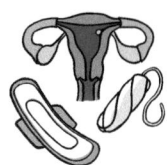

kinh nguyệt

menstruacija

âm vật

vagina

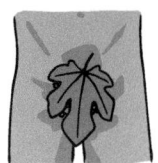

dương vật

penis

lông mày

obrva

tóc

kosa

cổ

vrat

cơ thể - tijelo

bệnh viện
bolnica

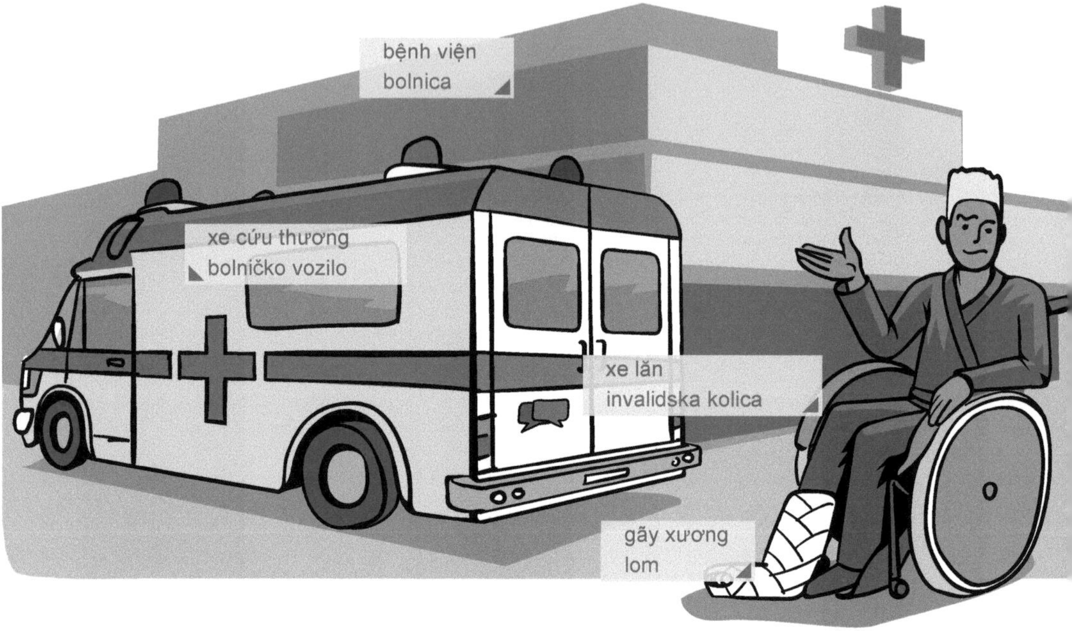

bệnh viện
bolnica
xe cứu thương
bolničko vozilo
xe lăn
invalidska kolica
gãy xương
lom

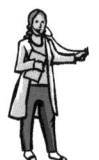

bác sĩ

liječnik

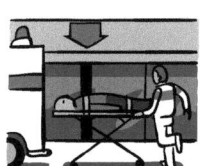

phòng cấp cứu

hitna medicinska služba

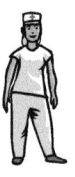

y tá

medicinska sestra

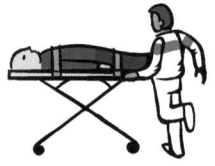

cấp cứu

hitni slučaj

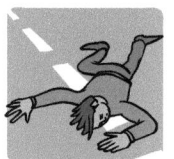

bất tỉnh

nesvijest

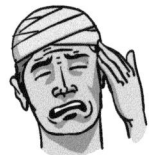

cơn đau

bol

bị thương

ozljeda

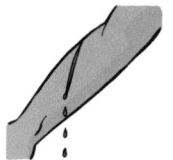

chảy máu

krvarenje

nhồi máu cơ tim

srćani infarkt

đột quỵ

moždani udar

dị ứng

alergija

ho

kašalj

sốt

groznica

cúm

gripa

tiêu chảy

proljev

đau đầu

glavobolja

ung thư

rak

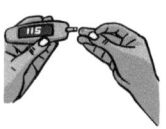

bệnh tiểu đường

dijabetes

bác sĩ phẫu thuật

kirurg

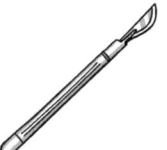

dao mổ

skalpel

giải phẫu

operacija

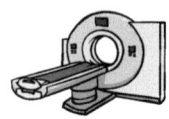

chụp cắt lớp

ct

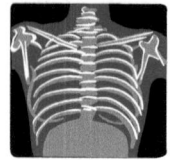

chụp x-quang

rentgen

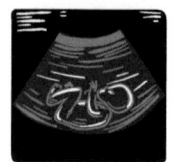

siêu âm

ultrazvuk

mặt nạ

maska

bệnh

bolest

phòng đợi

čekaonica

cái nạng

štaka

băng dán vết thương

flaster

băng bó

zavoj

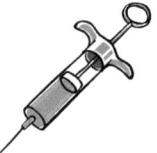

tiêm thuốc

injekcija

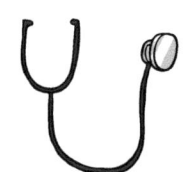

ống nghe khám bệnh

stetoskop

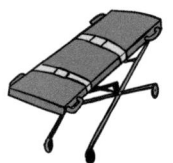

băng ca

nosilo

nhiệt kế

termometar

sinh đẻ

rođenje

thừa cân

prekomjerna težina

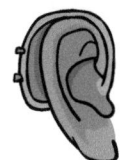

máy trợ thính

slušni aparat

chất khử trùng

sredstvo za dezinfekciju

nhiễm trùng

infekcija

vi rút

virus

HIV / AIDS

hiv / sida

thuốc

medicina

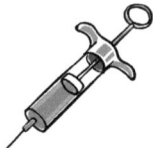

tiêm chủng

vakcinacija

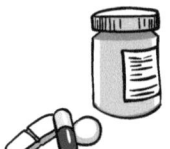

thuốc viên

tablete

viên thuốc

pilula

gọi cấp cứu

poziv u pomoć

máy đo huyết áp

uređaj za mjerenje tlaka

bệnh / khỏe mạnh

bolesno / zdravo

cứu!

pomoć!

báo động

alarm

cuộc đột kích

nasrtaj

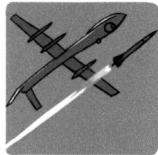

sự tấn công

napad

mối nguy hiểm

opasnost

lối thoát hiểm

izlaz za nuždu

cháy!

požar!

bình chữa cháy

vatrogasni aparat

tai nạn

nezgoda

bộ dụng cụ sơ cứu

kofer prve pomoći

SOS

sos

cảnh sát

policija

châu Âu

Europa

Bắc Mỹ

sjeverna amerika

Nam Mỹ

južna amerika

châu Phi

Afrika

châu Á

Azija

châu Úc

Australija

Đại Tây Dương

Atlantik

Thái Bình Dương

Pacifik

Ấn Độ Dương

ocean

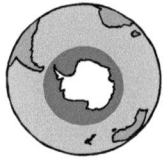

Nam Cực Dương

antarktički ocean

Bắc Băng Dương

arktički ocean

bắc cực

sjeverni pol

nam cực
....
južni pol

nam cực
....
Antarktik

trái đất
....
zemlja

đất liền
....
zemlja

biển
....
more

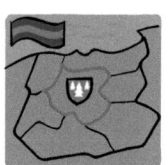

đảo
....
otok

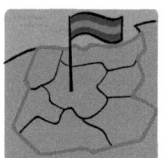

quốc gia
....
nacija

nhà nước
....
država

mặt đồng hồ

brojčanik sata

kim chỉ giờ

satna kazaljka

kim chỉ phút

minutna kazaljka

kim chỉ giây

sekundna kazaljka

Bây giờ là mấy giờ?

Koliko je sati?

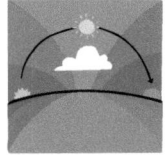

ngày

dan

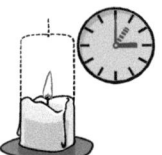

thời gian

vrijeme

bây giờ

sada

đồng hồ điện tử

digitalni sat

phút

minuta

giờ

sat

tuần lễ
tjedan

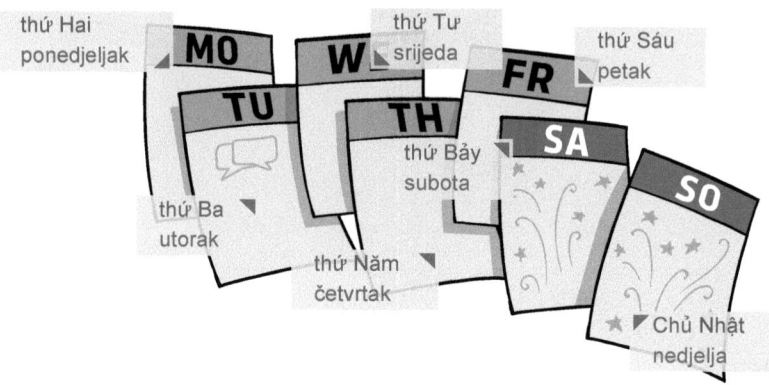

thứ Hai
ponedjeljak

thứ Tư
srijeda

thứ Sáu
petak

thứ Ba
utorak

thứ Bảy
subota

thứ Năm
četvrtak

Chủ Nhật
nedjelja

hôm qua

jučer

hôm nay

danas

ngày mai

sutra

buổi sáng

jutro

buổi trưa

podne

buổi tối

večer

MO	TU	WE	TH	FR	SA	SU
1	2	3	4	5	6	7
8	9	10	11	12	13	14
15	16	17	18	19	20	21
22	23	24	25	26	27	28
29	30	31	1	2	3	4

ngày làm việc

radni dani

MO	TU	WE	TH	FR	SA	SU
1	2	3	4	5	6	7
8	9	10	11	12	13	14
15	16	17	18	19	20	21
22	23	24	25	26	27	28
29	30	31	1	2	3	4

cuối tuần

vikend

năm

godina

mưa
kiša
cầu vồng
duga
gió
vjetar
tuyết
snijeg
mùa xuân
proljeće
mùa hè
ljeto
mùa thu
jesen
mùa đông
zima

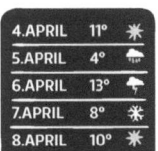

4.APRIL 11°
5.APRIL 4°
6.APRIL 13°
7.APRIL 8°
8.APRIL 10°

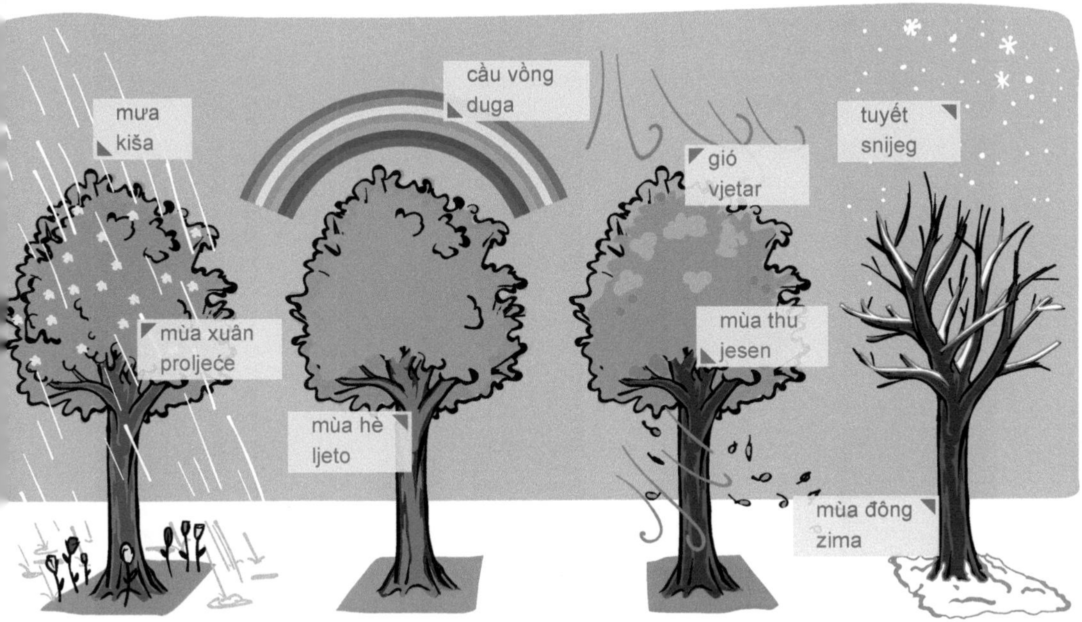

dự báo thời tiết

meteorološka prognoza

F
C
120
90
60
30
0
-30
40
30
20
10
0
-10
-20

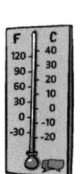

nhiệt kế

termometar

ánh nắng

sunčana svjetlost

mây

oblak

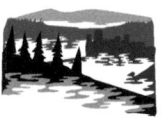

sương mù

magla

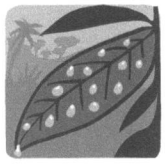

độ ẩm không khí

vlažnost zraka

tia chớp

munja

sấm sét

grmljavina

cơn bão

oluja

mưa đá

tuča

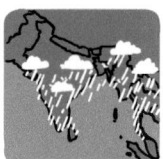

gió mùa

monsun

lũ lụt

poplava

nước đá

led

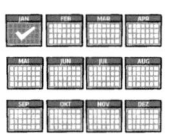

tháng Một

siječanj

tháng Hai

veljača

tháng Ba

ožujak

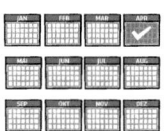

tháng Tư

travanj

tháng Năm

svibanj

tháng Sáu

lipanj

tháng Bảy

srpanj

tháng Tám

kolovoz

tháng Chín
....
rujan

tháng Mười
....
listopad

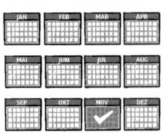

tháng Mười Một
....
studeni

tháng Mười Hai
....
prosinac

hình dạng
oblici

hình tròn
....
krug

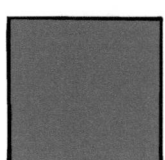

hình vuông
....
kvadrat

hình chữ nhật
....
pravokutnik

hình tam giác
....
trokut

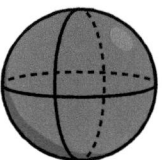

hình cầu
....
kugla

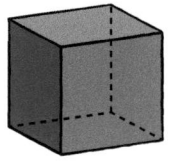

khối vuông
....
kocka

màu trắng

bijela

màu vàng

žuta

màu cam

narančasta

màu hồng

ružičasta

màu đỏ

crvena

màu tím

ljubičasta

màu xanh dương

plava

màu xanh lá cây

zelena

màu nâu

smeđa

màu xám

siva

màu đen

crna

nhiều / ít

mnogo / malo

tức tối / điềm tĩnh

ljutito / mirno

xinh đẹp / xấu xí

lijepo / ružno

bắt đầu / kết thúc

početak / kraj

to / nhỏ

veliko / maleno

sáng / tối

svijetlo / tamno

anh (em) trai / chị (em) gái

brat / sestra

sạch / bẩn

čisto / prljavo

đủ / thiếu

potpuno / nepotpuno

ngày / đêm

dan / noć

chết / sống

mrtvo / živo

rộng / chật hẹp

široko / usko

ăn được / không ăn được

jestivo / nejestivo

ác / tử tế

zlo / dobro

hào hứng / chán nản

uzbuđeno / dosadno

béo / gầy

debelo / mršavo

đầu tiên / cuối cùng

na početku / na kraju

bạn / thù

prijatelj / neprijatelj

đầy / rỗng

puno / prazno

cứng / mềm

tvrdo / mekano

nặng / nhẹ

teško / lagano

đói / khát

glad / žeđ

bệnh / khỏe mạnh

bolesno / zdravo

bất hợp pháp / hợp pháp

ilegalno / legalno

thông minh / ngu

pametno / glupo

trái / phải

lijevo / desno

gần / xa

blizu / daleko

mới / cũ

novo / rabljeno

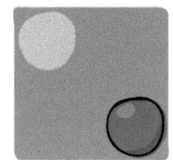

không có gì cả / có cái gì đó

ništa / nešto

già / trẻ

staro / mlado

bật / tắc

uključeno / isključeno

mở / đóng

otvoreno / zatvoreno

im lặng / ồn ào

tiho / glasno

giàu / nghèo

bogato / siromašno

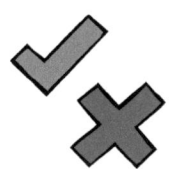

đúng / sai

točno / pogrešno

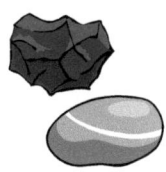

sần sùi / mịn màng

hrapavo / glatko

buồn / vui

tužno / sretno

ngắn / dài

kratko / dugo

chậm / nhanh

polako / brzo

ẩm ướt / khô ráo

mokro / suho

ấm áp / mát mẻ

toplo / hladno

chiến tranh / hòa bình

rat / mir

đối lập - suprotnosti

0

số không

nula

1

một

jedan

2

hai

dva

3

ba

tri

4

bốn

četiri

5

năm

pet

6

sáu

šest

7

bảy

sedam

8

tám

osam

9

chín

devet

10

mười

deset

11

mười một

jedanaest

12

mười hai

dvanaest

13

mười ba

trinaest

14

mười bốn

četrnaest

15

mười lăm

petnaest

16

mười sáu

šestnaest

17

mười bảy

sedamnaest

18

mười tám

osamnaest

19

mười chín

devetnaest

20

hai mươi

dvadeset

100

một trăm

stotinu

1.000

một ngàn

tisuću

1.000.000

một triệu

milijun

tiếng Anh
....
engleski

tiếng Anh Mỹ
....
američko engleski

tiếng Quan Thoại
....
kinesko mandarinski

tiếng Hin-di
....
hindi

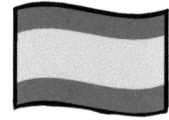

tiếng Tây Ban Nha
....
španjolski

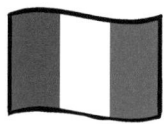

tiếng Pháp
....
francuski

tiếng Ả-rập
....
arapski

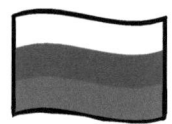

tiếng Nga
....
ruski

tiếng Bồ Đào Nha
....
portugalski

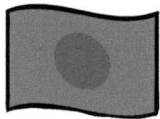

tiếng Bengal
....
bengalski

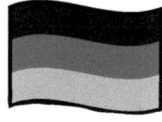

tiếng Đức
....
njemački

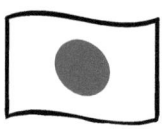

tiếng Nhật
....
japanski

tôi
ja

bạn
ti

anh ta / cô ta / nó
on / ona / ono

chúng tôi
mi

các bạn
vi

họ
oni

ai?
tko?

cái gì?
što?

như thế nào?
kako?

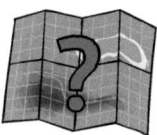

ở đâu?
gdje?

lúc nào?
kada?

HELLO, I AM

tên
ime

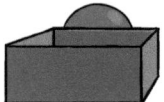

phía sau

iza

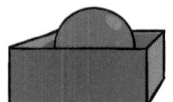

ở trong

u

phía trước

ispred

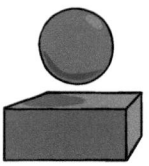

phía trên

preko

ở trên

na

ở dưới

ispod

bên cạnh

pored

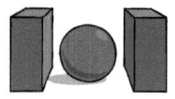

ở giữa

između

chỗ

mjesto